ARRÊTÉ DU 2 DÉCEMBRE 1926

autorisant les communes du Tonkin ne disposant d'aucune école officielle à ouvrir des écoles élémentaires publiques confiées à des maîtres n'appartenant pas aux cadres réguliers de l'Enseignement.

Le Gouverneur Général P. I. de l'Indochine

Commandeur de la Légion d'Honneur,

Vu les décrets du 20 Octobre 1911, portant fixation des pouvoirs du Gouverneur Général et organisation financière et administrative de l'Indochine ;

Vu l'arrêté du 21 Décembre 1917 promulguant le Règlement général de l'Instruction publique et les arrêtés subséquents, notamment l'arrêté du 18 Septembre 1924 fixant le statut du personnel indigène de l'Enseignement public en Indochine ;

Sur la proposition du Résident Supérieur au Tonkin et après avis du Directeur général de l'Instruction publique en Indochine;

ARRÊTE :

Article premier. — Par dérogation aux articles 70 et 71 du Règlement général de l'Instruction publique, les communes du Tonkin ne disposant actuellement d'aucune école officielle pourront être autorisées à ouvrir des écoles élémentaires publiques confiées à des maîtres n'appartenant pas aux cadres réguliers de l'Enseignement, qui seront recrutés et rémunérés directement par les communes avec l'agrément de l'autorité administrative.

Ces écoles seront entièrement à la charge des communes.

Art. 2. — Les maîtres des écoles élémentaires communales devront être âgés de dix-huit ans au moins et être pourvus :

Soit du Certificat d'études primaires franco-indigènes ou du Certificat d'études élémentaires indigènes ;

Soit du Certificat de Khoa-Sinh ou du Certificat d'aptitude à l'Enseignement du 1er degré ou du Certificat d'admissibilité aux concours triennaux (Nhat-Truong, Nhi-Truong, Tu-Tai, Cu-Nhan, Pho-Bang, Tien-Si).

Les maîtres seront pris de préférence parmi les possesseurs des plus élevés de ces titres.

PROTECTORAT DU TONKIN

SERVICE DE L'ENSEIGNEMENT

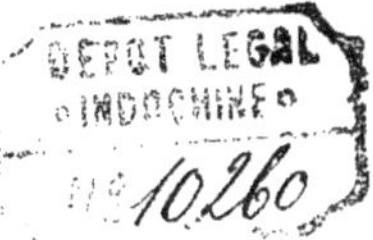

ARRÊTÉS

des 2 et 27 Décembre 1926

relatifs à la création et à l'organisation

des écoles élémentaires communales au Tonkin

IMPRIMERIE MAC-DINH-TU
LE-VAN-TAN Succr
136, Rue du Coton. — HANOI
— 1929 —

Art. 3. — Les écoles élémentaires communales pourront recevoir des enfants des deux sexes dans les mêmes conditions que les écoles élémentaires officielles.

Elles comprendront en principe une seule classe, avec tout ou partie des trois cours des écoles élémentaires officielles.

Les programmes suivis seront ceux des cours correspondants des écoles élémentaires officielles, adaptés aux besoins locaux par la Direction générale de l'Instruction publique sur la proposition du Chef d'administration locale.

Art. 4. — Les écoles élémentaires communales seront, comme les autres écoles publiques, placées sous le contrôle administratif du Chef d'Administration locale et sous le contrôle technique et pédagogique du Directeur Général de l'Instruction publique.

Art. 5. — Un arrêté du Résident Supérieur au Tonkin réglera les conditions d'application du présent arrêté, notamment en ce qui concerne les conditions d'ouverture et de fermeture des écoles communales ainsi que le mode de contrôle administratif de ces écoles.

Art. 6. — Le Résident Supérieur au Tonkin et le Directeur Général de l'Instruction publique en Indochine sont chargés, chacun en ce qui le concerne, de l'exécution du présent arrêté.

Hanoi, le 2 Décembre 1926.

Signé : P. PASQUIER

ARRÊTÉ DU 27 DÉCEMBRE 1926
fixant les conditions d'application de l'Arrêté du 2 Décembre 1926 relatif aux écoles élémentaires communales du Tonkin.

Le Résident Supérieur au Tonkin
Officier de la Légion d'Honneur,

Vu le décret du 20 Octobre 1911, fixant les pouvoirs du Gouverneur de la Cochinchine et des Résidents Supérieurs ;

Vu l'arrêté du 21 Décembre 1917 promulguant le Règlement général de l'Instruction publique et les arrêtés subséquents ;

Vu l'arrêté du 2 Décembre 1926 portant dérogation aux articles 70 et 71 du dit Règlement général en ce qui concerne les écoles élémentaires communales du Tonkin ;

Sur la proposition du Chef du Service de l'Enseignement au Tonkin ;

Arrête :

Article premier. — Toute commune qui désire ouvrir une école élémentaire publique dans les conditions prévues à l'article premier de l'arrêté du 2 Décembre 1926 susvisé doit préalablement adresser à l'Administrateur Chef de la province, par l'intermédiaire des autorités indigènes, une demande d'autorisation formulée par le Président du Conseil administratif communal sur délibération conforme de ce Conseil.

Art. 2. — La demande d'autorisation énoncera :

a) le siège de l'école ;

b) les nom, prénoms, nationalité, date et lieu de naissance, titres universitaires du maître, les professions qu'il a exercées et les lieux où il a résidé pendant les cinq dernières années ;

c) le montant et le mode de la rémunération prévue pour le maître ;

d) l'engagement de fournir un local convenable pour la tenue de l'école ainsi que le mobilier scolaire et le matériel d'enseignement.

L'acte de naissance, l'extrait du casier judiciaire et les diplômes du maître ainsi que le procès-verbal de la délibération du Conseil communal ayant trait à l'ouverture de l'école seront joints au dossier.

Art. 3. — L'Administrateur Chef de la province accorde ou refuse l'autorisation après avis de l'Inspecteur de l'Enseignement primaire franco-indigène de la province. Il communique immédiatement sa décision au Résident Supérieur.

Art. 4. — Tout changement, soit du siège, soit du maître de l'école ou, exceptionnellement, l'engagement d'un maître supplémentaire, doivent faire l'objet d'une nouvelle demande d'autorisation mentionnant, en ce qui concerne le nouveau maître, les renseignements énumérés à l'article

2, § *b* et *c* du présent arrêté et accompagnée des mêmes justifications.

Art. 5. — Les maîtres chargés des écoles élémentaires communales tiennent obligatoirement trois registres :

1o — un registre matricule des élèves admis à l'école ;

2º — un registre d'appel destiné à constater les présences journalières ;

3º — un registre d'inventaire du mobilier de l'école et du matériel d'enseignement.

La fourniture de ces registres est à la charge des communes.

Art. 6. — Les maîtres chargés des écoles élémentaires communales fournissent sur le fonctionnement de leur établissement les mêmes rapports que les directeurs des écoles officielles et reçoivent à cet effet du Service local de l'Enseignement les imprimés nécessaires. Ces rapports sont remis au Président du Conseil communal qui les transmet au dit Service par l'intermédiaire des autorités indigènes et de l'Administrateur Chef de la province.

Art. 7. — Les écoles élémentaires communales sont placées sous le contrôle administratif direct de l'Administrateur Chef de la province et de ses délégués français ou indigènes, et sous le contrôle pédagogique direct de l'Inspecteur de l'Enseignement primaire franco-indigène de la Circonscription.

Art. 8. — L'autorisation accordée d'ouvrir une école élémentaire communale sera toujours révocable.

L'Administrateur Chef de la province, après avis de l'Inspecteur de l'Enseignement primaire franco-indigène peut, s'il est nécessaire, prononcer la fermeture de l'école ou prescrire le licenciement du maître. Il en informe immédiatement le Résident Supérieur.

La commune pourra également demander la fermeture de son école élémentaire communale par délibération du Conseil administratif qui sera transmise pour approbation, par le Président de ce Conseil, au Chef de la province.

Art. 9. — En attendant la réorganisation du régime financier des écoles primaires franco-indigènes du Tonkin, les charges imposées actuellement au titre de versements pour dépenses scolaires à l'ensemble des communes d'une province ne seront pas susceptibles de réduction.

Art. 10. — L'Administrateur Chef de Cabinet et le Chef du Service de l'Enseignement au Tonkin sont chargés, chacun en ce qui le concerne, de l'exécution du présent arrêté.

Hanoi, le 27 Décembre 1926.

Signé : René ROBIN.

Circulaire n⁰ 263E du 27 Décembre 1926

*relative à la création et à l'organisation des écoles élémentaires
communales au Tonkin*

---

*Le Résident Supérieur au Tonkin à Messieurs les Adminis-
trateurs Maires, Résidents Chefs de province, et Comman-
dants de Territoire militaire.*

J'ai l'honneur de vous faire parvenir ci-joint le texte
de deux arrêtés, le premier du Gouverneur Général en
date du 2 Décembre 1926, le second du Résident Supérieur
en date du 27 Décembre, qui consacrent pour le Tonkin
une réforme scolaire des plus importantes et que je signale
tout particulièrement à votre attention.

Cette réforme, inspirée par un souci très net de décen-
tralisation, fait de la commune annamite le pivot de
l'organisation nouvelle en matière d'enseignement. Désor-
mais les communes du Tonkin actuellement dépourvues
d'école officielle pourront être autorisées, par dérogation
aux prescriptions du Règlement général de l'Instruction
publique, à ouvrir des écoles élémentaires publiques sur
un type nouveau. Elles auront toute liberté pour recru-
ter elles-mêmes le maître d'école parmi les candidats
réunissant bien entendu le minimum de garanties énu-
mérées à l'article 2 de l'arrêté précité du 2 Décembre. Il
leur appartiendra également de fixer, après entente avec
le maître, la rémunération et les avantages divers en
nature : logement, rendement sur les parts de rizière, etc...,
qui lui seront accordés.

Les nouvelles écoles seront entièrement à la charge des
communes.

L'article premier de l'arrêté du 2 Décembre 1926 dispose
que l'autorisation d'ouvrir des écoles de cette catégorie ne
pourra être accordée qu'aux communes ne disposant actu-
ellement d'aucune école officielle. Il convient d'entendre
par là les communes qui ne comptent sur leur territoire au-
cune école publique. Celles qui participent aux dépenses de
fonctionnement d'une école intercommunale ou d'une école
cantonale ayant son siège dans une autre commune pour-
ront donc bénéficier des nouvelles mesures. Mais pour ne
pas faire un saut dans l'inconnu, l'arrêté local du 27 Décem-
bre 1926 dispose expressément que, en attendant la réorgani-
sation du régime financier des écoles primaires franco-indi-
gènes du Tonkin, réforme qui est à l'étude, les charges sup-

portées actuellement au titre scolaire par l'ensemble des communes d'une province ne seront pas susceptibles de réduction.

L'ouverture des nouvelles écoles élémentaires communales est entourée de formalités très simples qui rendront la procédure aussi expéditive que possible. Il suffira que le président du Conseil administratif communal, sur délibération conforme de ce Conseil, vous adresse une demande d'autorisation accompagnée des précisions et des justifications énoncées à l'article 2 de l'arrêté local. Il y aurait intérêt à ce sujet à ce que vous établissiez un modèle de demande et que vous le communiquiez aux communes intéressées. Il vous appartiendra, d'après les renseignements dont vous disposerez, d'accorder ou de refuser l'autorisation. Mais il va de soi que si la demande est régulière dans le fond comme dans la forme ; si, en particulier le maître proposé réunit les conditions d'âge et de titres requises sans être par ailleurs l'objet de remarques défavorables, vous accorderez en règle générale l'autorisation sollicitée. Dans tous les cas vous me communiquerez sans délai votre décision.

L'école une fois ouverte, si la commune désire, soit en déplacer le siège, soit remplacer le maître déjà agréé ou, exceptionnellement, engager un maître supplémentaire, elle devra formuler une nouvelle demande d'autorisation qui ne comprendra bien entendu que les indications et justifications concernant les changements envisagés.

Fondées et entretenues par les communes avec l'agrément de l'autorité administrative, les nouvelles écoles doivent être considérées, non comme des écoles privées, mais comme des écoles publiques. Elles comportent, en ce qui concerne surtout le recrutement et la rémunération des maîtres, des modalités propres qui les différencient des écoles officielles définies par le Règlement général de l'Instruction publique. Mais elles sont conçues sur le même type au point de vue pédagogique. Ce sont en principe des écoles mixtes à une classe pouvant comprendre d'ailleurs deux ou trois cours réunis sous la direction du même maître. Cette organisation est la plus économique : elle permettra de donner dans le minimum de temps à un grand nombre d'enfants l'instruction rudimentaire en quốc-ngữ dont se contentent la plupart des familles.

Il est à penser que les maîtres ne feront que répondre aux vœux des parents en suivant les programmes des écoles élémentaires officielles. Je ne verrais cependant que des avantages à ce que ces programmes soient, dans chaque cas particulier, adaptés aussi exactement que possible aux conditions et aux possibilités locales. Il vous appartiendra donc, lorsque vous le jugerez opportun, de m'adresser à ce sujet, par l'intermédiaire du Chef du Service local de l'Enseignement, toutes suggestions utiles.

L'intérêt même des enfants nous commandait de soumettre les nouvelles écoles communales à l'inspection dans les mêmes conditions que les autres écoles publiques. Si, comme on peut l'escompter, ces écoles se multiplient rapidement, je verrais volontiers leur contrôle pédagogique assuré par les directeurs indigènes des écoles de plein exercice des chefs-lieux de phu ou huyên, sous l'autorité de l'Inspecteur provincial de l'Enseignement primaire franco-indigène. Je viens d'adresser, à cet effet, des propositions précises au Chef de la Colonie. En tout état de cause vous aurez à surveiller, soit par vous-même, soit par vos délégués, le bon fonctionnement des écoles communales de votre circonscription. Je ne doute pas que vous n'apportiez dans l'exercice du contrôle administratif qui vous incombe toute la largeur de vues qui convient. Je vous signale que des éléments d'information non négligeables vous seront fournis par les trois registres dont la tenue est obligatoire dans les nouvelles écoles, et surtout par les rapports périodiques des maîtres qui vous seront transmis par les soins du Président du Conseil communal et des autorités indigènes.

L'arrêté local dispose que l'autorisation d'ouverture accordée aux communes sera toujours révocable, Cette clause, qui a principalement pour but de r server la possibilité de transformer telle ou telle école communale en école officielle, ne saurait évidemment jouer avant de longues années. Vous pourrez par contre, dans des cas d'ailleurs exceptionnels, vous trouver dans l'obligation d'envisager soit la fermeture temporaire ou définitive de l'école soit le licenciement du maître. Vous devrez toujours, le cas échéant, me communiquer votre décision.

*
* *

J'ai cru devoir vous exposer en détail l'esprit et les modalités de la réforme qui vient d'être réalisée au Tonkin. Sa portée ne saurait vous échapper. Le régime ainsi instauré sera beaucoup moins onéreux que le régime actuel. Il donnera satisfaction, je l'espère, à des doléances maintes fois et avec juste raison exprimées. Il ne troublera pas les coutumes des villages. Il attachera le maître à son école et à la commune. Il ne « déracinera » pas les enfants de leur village et de leur famille. Il suscitera aussi une heureuse émulation entre les communes, qui feront elles-mêmes la sélection des maîtres d'après leur capacité et surtout leur valeur morale, et seront amenées progressivement, pour s'assurer les services des meilleurs, à consentir des sacrifices accrus. Il permettra enfin à l'Administration locale de concentrer ses efforts et ses ressources financières vers le développement des écoles primaires modèles de plein exercice dont la création se poursuit méthodiquement au chef-lieu de chaque phu et huyen, ainsi que des écoles primaires supérieures ou des cours complémentaires dont je voudrais doter progressivement les chefs lieux des provinces. Ainsi, sur la base solide d'un large enseignement communal adapté aux besoins locaux, une impulsion plus vigoureuse pourra être donnée à l'Enseignement primaire et primaire supérieur en même temps qu'à l'instruction élémentaire si recherchée par nos protégés.

Je désire que vous donniez sans retard la plus grande publicité possible aux dispositions des deux arrêtés des 2 et 27 Décembre précités. Vous ne manquerez pas de faire saisir aux mandarins et aux membres des Conseils communaux, auxquels vous expliquerez les modalités et la portée de la réforme, les intentions libérales et les vues décentralisatrices qui l'ont inspirée. Vous leur ferez comprendre également qu'après les satisfactions si larges données aux populations du Tonkin en matière d'enseignement public ou privé, l'Administration locale ne saurait tolérer plus longtemps l'existence d'écoles privées clandestines qui me sont signalées dans certains villages. Il vous appartiendra, en conséquence, après avoir donné à ces écoles les délais nécessaires pour rentrer dans la règle commune, d'en prononcer, s'il y a lieu, la fermeture.

Je vous prie de m'accuser réception de cette circulaire et de m'adresser au plus tard pour le premier Février prochain un rapport me faisant connaître l'accueil réservé à la présente réforme et les mesures que vous aurez prises pour assurer l'exécution.

Signé : René ROBIN

Nghị-định ngày 2 Décembre 1926

cho phép các làng ở Bắc-kỳ hiện chưa có trường Nhà-nước được mở
trường công thuộc về bậc Sơ-đẳng Yếu-lược và kén những thầy không
thuộc về ngạch giáo-sư các trường Nhà-nước

QUAN QUYỀN TOÀN-QUYỀN ĐÔNG-PHÁP

Thưởng thụ đệ tam-đẳng Bắc-đầu bội-tinh

Chiếu chỉ-dụ ngày 20 Octobre 191! định quyền quan Toàn-quyền và tổ-chức
việc tài-chính, việc chính-trị tại Đông-Pháp ;

Chiếu nghị-định ngày 21 Décembre 1917 công-bá tập Công-học tổng-qui và
những nghị-định phụ theo, nhất là nghị-định ngày 18 Septembre 1924 lập thể-
lệ ngạch giáo-sư bản-xứ thuộc về trường công trong xứ Đông-Pháp ;

Theo lời dự nghị của quan Thống-sứ Bắc-kỳ và sau khi hỏi ý-kiến quan Tổng-
trưởng Học-chính Đông-Pháp ;

ĐỊNH :

KHOẢN 1. — Những làng ở Bắc-kỳ hiện nay không có
trường Nhà-nước thì được phép tạm không phải theo những
khoản 70 và 71 tập Công-học tổng-qui, mà được mở những
trường công về bậc Sơ-đẳng yếu-lược. Thầy dạy các trường
ấy không thuộc về ngạch giáo-sư các trường Nhà-nước.
Các làng được tự tiện kén lấy thầy và trả lương cho thầy;
nhưng thầy ấy phải có quan Cai-trị công nhận cho mới được.

Làng nào mở trường, thì các khoản chi-phí hết bao
nhiêu, làng ấy phải chịu cả.

KHOẢN 2. — Những thầy dạy các trường Hương-học
sơ-đẳng yếu-lược phải từ 18 tuổi trở lên lại phải có một
thứ văn-bằng kể sau này :

Hoặc văn-bằng Pháp-Việt tiểu-học hay văn-bằng Việt-
Nam sơ-đẳng tiểu-học ;

Hoặc văn-bằng khóa-sinh, văn-bằng sư-phạm đệ nhất
cấp, hay trước đã trúng nhất, nhị trường, hoặc đã đỗ tú-
tài, cử-nhân, phó-bảng, tiến-sĩ.

Khi có nhiều người cùng xin dạy, thì nên lấy người có
bằng cao hơn cả.

KHOẢN 3. — Những trường Hương-học sơ-đẳng yếu-lược
có thể dạy cả con trai, con gái, cũng như trường Sơ-đẳng
yếu-lược của Nhà-nước.

Cứ lẽ, thì những trường ấy chỉ có một lớp, mà lớp ấy có thể phân ra hai hay ba bậc (Đồng-ấu, Dự-bị, Sơ-đẳng) như các trường Sơ-đẳng yếu-lược của Nhà-nước.

Chương-trình dạy các trường ấy cũng theo như chương-trình những trường Sơ-đẳng yếu-lược của Nhà-nước, bậc nào thì theo chương-trình bậc ấy, nhưng nha Học-chính Đông-Pháp sẽ theo ý quan Thống-sứ Bắc-kỳ mà châm chước cho thích-hợp với sự thiết-dụng của các địa-phương.

Khoản 4. — Những trường Hương-học sơ-đẳng yếu-lược cũng theo lệ như những trường công của Nhà-nước về đường cai-trị, thì thuộc quyền quan Thống-sứ Bắc-kỳ kiểm-sát, mà về đường giáo-dục thì thuộc quyền quan Học-chính tổng-trưởng kiểm-sát.

Khoản 5. — Quan Thống-sứ Bắc-kỳ sẽ lập các thể-lệ về việc thi-hành đạo nghị-định này, nhất là về việc khai trường, việc bãi trường cùng cách-thức kiểm sát các trường ấy về đường cai-trị.

Khoản 6. — Quan Thống-sứ Bắc-kỳ và quan Tổng-trưởng Học-chính Đông-Pháp sẽ tùy chức-trách chiều-nghị thi-hành.

Hà-nội ngày 2 tháng 12 năm 1926
Ký tên : P. PASQUIER.

Nghị-định ngày 27 Décembre 1926

Cho phép các làng ở Bắc-Kỳ hiện chưa có trường Nhà-Nước được mở trường công thuộc về bậc Sơ-đẳng yếu-lược và kén những thầy không thuộc về ngạch giáo-sư các trường Nhà-nước.

QUAN THỐNG-SỨ BẮC-KỲ
Thưởng-thụ đệ tứ hạng Bắc-đầu bội-tinh

Chiếu chỉ-dụ ngày 20 Octobre 1911 định quyền quan Thống-đốc Nam-kỳ và các quan Thống-sứ;

Chiếu nghị-định ngày 21 Décembre 1917 công bá tập Công-học tổng-qui và các nghị-định phụ theo;

Chiếu nghị-định ngày 2 Décembre 1926 cho tạm không phải theo những khoản 70 và 71 trong tập Công-học tổng-qui về các trường Hương-học sơ-đẳng yếu-lược trong xứ Bắc-kỳ;

Theo lời dự-nghị quan Học-chánh Bắc-kỳ;

ĐỊNH :

KHOẢN **1.** — Làng nào muốn mở trường công về bậc Sơ-đẳng yếu-lược theo như lệ định trong khoản thứ nhất đạo nghị-định ngày 2 Décembre 1926, thì trước tiên phải họp hội-đồng bàn định, rồi chánh-hương-hội làm đơn xin mở trường, đơn nộp quan sở-tại để chuyển đệ lên quan Công-sứ bản-tỉnh.

KHOẢN **2.** — Trong đơn xin phép mở trường phải kể các khoản sau này:

a) định lập trường ở nơi nào;

b) ông thầy dạy học tên họ là gì, người nước nào, sinh-để ngày nào, quê quán ở đâu, có những văn-bằng gì, trong năm năm về trước ông thầy ấy đã làm những nghề gì và ngụ ở những đâu;

c) tiền lương thầy định bao nhiêu, cách trả lương định thế nào;

d) giấy cam-đoan phải có một nơi làm trường cho tươm-tất, phải có bàn ghế, và đồ dùng về việc học;

Tập đơn ấy phải đính theo: giấy khai-sinh, giấy tư-pháp lý-lịch, và các văn-bằng của thầy-giáo cùng tờ biên-bản hội-đồng hương-hội về việc mở trường.

KHOẢN **3.** — Quan Công-sứ sau khi hỏi ý-kiến quan Thanh-tra Giám-đốc các trường Sơ-học Pháp-Việt hàng tỉnh, rồi sẽ định cho phép hay không. Quan Công-sứ định việc ấy thế nào sẽ bẩm lên quan Thống-sứ.

Khoản 4. — Khi nào hoặc dỉ trường, hoặc đổi thầy, hoặc dùng thêm thầy giáo, thì lại phải làm đơn xin phép : đơn ấy phải kê những điều đã định ở đoạn *b* và đoạn *c* trong khoản 2 nghị-định này, và cũng phải đính các giấy chứng thực đã nói ở trong khoản ấy.

Khoản 5. — Những viên chưởng-giáo trường hương-học sơ-đẳng yếu-lược phải giữ ba quyển sổ sau này :

1) một quyển sổ-cái biên tên học-trò cho vào trường-học ;

2) một quyển sổ gọi tên hàng ngày để xem học-trò thiếu đủ thế nào ;

3) một quyển sổ ghi những bàn ghế và những đồ dùng về việc học của nhà trường.

Những sổ sách ấy thì các làng phải mua lấy.

Khoản 6. — Những viên chưởng-giáo các trường hương-học sơ-đẳng yếu-lược phải đệ tờ trình về công việc nhà trường cũng như các viên đốc-học các trường Nhà-nước.

Nha Học-chánh Bắc-kỳ sẽ phát cho các giấy đã in sẵn dùng về việc ấy. Các tờ-trình giao cho chánh-hương-hội để nộp quan sở-tại và quan Công-sứ, rồi quan Công-sứ chuyền giao về nha Học-chánh.

Khoản 7. — Về đường cai-trị thì các trường hương-học sơ-đẳng yếu-lược do quan Công-sứ và do các viên đại-biểu của quan Công-sứ trông nom ; còn về việc giáo-dục thì do quan Thanh-tra sơ-học bản hạt khám xét.

Khoản 8. — Nghị-định cho phép mở trường có thể bãi đi được.

Quan Công-sứ sau khi hỏi ý-kiến quan Thanh-tra sơ-học bản-hạt có thể bắt đình-giảng và bãi thầy-giáo được. Khi có việc như thế, thì quan Công-sứ phải tư trình quan Thống-sứ biết ngay.

Hương-hội, sau khi hội-nghị xong rồi, cũng có thể làm đơn xin bãi trường làng mình ; đơn ấy sẽ do chánh-hương-hội đệ lên quan Công-sứ bản-tỉnh y cho.

Khoản 9. — Từ nay đến khi việc tài-chính về các trường Sơ-đẳng Pháp-Việt Bắc-kỳ tổ-chức xong, thì những số tiền chi-tiêu về việc học mà các làng trong tỉnh hiện dang phải chịu không có thể giảm-bớt đi được.

Khoản 10. — Quan Chánh-văn-phòng và quan Học-chánh Bắc-kỳ sẽ tùy chức-trách chiểu-nghị thi-hành.

Hà-nội, ngày 27 tháng 12 năm 1926

Ký tên : R. ROBIN

Tờ Thông-tư số 268e ngày 27 Décembre 1926

về việc sáng-lập và việc tổ-chức các trường hương-học Sơ-đẳng yếu-lược tại Bắc-kỳ

Hà-nội, ngày 27 tháng 12 năm 1926

Quan Thống-sứ Bắc-kỳ thông tư cho các quan Đốc-lý, các quan Công-sứ các tỉnh cùng các quan Đạo-trưởng các đạo binh.

Nay bản-chức gửi cho quan lớn hai đạo nghị-định: đạo thứ nhất của quan Toàn-quyền ký ngày 2 tháng 12 năm 1926, đạo thứ nhì của quan Thống-sứ ký ngày 27 tháng 12 năm 1926, đều quan-hệ đến việc cải-lương rất trọng-yếu về sự học tại Bắc-kỳ. Bản-chức xin quan lớn hết lòng lưu tâm đến việc ấy.

Chính-phủ Bảo-hộ thật lòng muốn làm cho việc cai-trị bớt phiền phức, nên mới định cải-lương việc học để cho các làng An-nam được tự chủ tổ-chức lấy việc học. Tự nay về sau, những làng ở Bắc-kỳ mà hiện chưa có trường Nhà-nước, sẽ được tạm không phải theo những điều đã định ở trong Công-học tổng-qui, mà được phép mở trường Sơ-học yếu-lược theo qui-củ mới. Những làng ấy được quyền tự do kén lấy thầy. Ông thầy ít ra cũng phải đủ tư-cách đã định ở khoản 2 nghị-định ngày 2 tháng 12 năm 1926. Các làng lại được quyền thu-xếp với thầy về việc lương bổng, nhà ở, phần ruộng, v.v.

Những trường mới lập như thế, phí-tổn các khoản hết bao nhiêu thì các làng phải chịu lấy cả.

Khoản thứ nhất, nghị-định ngày 2 tháng 12 năm 1926, định rõ rằng chỉ những làng hiện này chưa có trường Nhà-nước, mới được phép mở trường mới, nghĩa là những làng hiện nay ở trong địa-phận chưa có trường Nhà-nước nào cả, thì mới được mở trường. Những làng hiện nay chịu tiền chi phí về trường chung mấy làng hoặc trường tổng mà trường ấy ở về địa-phận làng khác, thì cũng được dự vào những điều mới định này, tức là được phép mở trường. Song phải phòng cho khỏi vội-vàng làm lỗi, cho nên mới có đạo nghị-định của quan Thống-sứ ngày 27 tháng 12 năm 1926 định rõ rằng: Chờ cho việc tài-chính của nền Sơ-học Pháp-Việt ở Bắc-kỳ, — việc ấy hiện đang tra cứu — thì những món tiền chi-phí về việc học mà các làng còn đang phải chịu, không thể giảm bớt được.

Cách mở trường Sơ-đẳng yếu-lược mới ở các làng không có điều gì phiền phức cả, chỉ cốt làm cho mau chóng và tiện việc. Miễn là chánh-hương-hội, sau khi hương-hội đã bàn định xong, làm đơn xin mở trường đệ lên trình quan-lớn. Đơn ấy phải có giấy má làm chứng rõ ràng theo như những điều đã định khoản thứ hai nghị-định quan Thống-sứ. Quan lớn nên làm sẵn một cái mẫu đơn xin lập trường, rồi gửi cho các làng để làng nào cần mở trường, thì cứ theo mẫu mà làm cho tiện việc. Quan lớn xét kỹ rồi, cho phép hay không, tùy ý quan lớn. Nhưng nếu trong đơn xin, điều gì cũng hợp lệ cả, nhất là tuổi ông thầy được đúng lệ và ông thầy có văn-bằng đã định rõ trong nghị-định quan Thống-sứ và không can phạm gì, thì thế nào quan lớn cũng cho phép mở trường. Hễ cho phép hay không, quan lớn phải bẩm ngay cho bản-chức biết.

Khi một trường nào đã mở rồi, nếu làng muốn di trường đi chỗ khác, hoặc thay thầy khác, hoặc thêm một thầy, làng lại phải làm đơn xin phép, trong đơn phải kể rõ mọi lẽ.

Những trường mà làng đã được phép mở và chịu các khoản chi-phí, thì phải coi như trường công, chứ không được coi như trường tư. Những trường này chỉ khác các trường Nhà-nước mở theo như Công-học tổng-qui, về cách thức kén chọn thầy, giả lương thầy, còn sự dạy dỗ thì cũng giống như các trường Nhà-nước. Cứ lẽ, những trường ấy là trường con trai, con gái học chung, một thầy dạy kiêm cả hai hay ba lớp. Cách tổ-chức như thế không tốn kém gì mấy, mà chẳng bao lâu dạy được nhiều trẻ thông được cái học phổ-thông bằng chữ quốc-ngữ, y như ý sở-nguyện của phần nhiều dân An-nam.

Thiết tưởng rằng theo chương-trình trường Sơ-đẳng yếu-lược của Nhà-nước mà dạy, chắc cũng hợp ý sở nguyện của cha mẹ học-trò. Nhưng bản-chức thiết nghĩ rằng ông thầy tùy từng nơi mà châm-chước chương-trình cho thích-hợp với các địa-phương thì lợi hơn. Về việc thích dụng chương-trình như thế, quan lớn xét có điều gì tiện lợi mà hợp lẽ, thì quan lớn đệ qua nha Học-chánh, bẩm lên cho bản-chức biết. Vì muốn ích lợi cho sự dạy dỗ trẻ con, cho nên phải bắt buộc những trường hương-học mới phải theo quyền kiểm sát của Nhà-nước, như các trường công. Nếu sau nầy những trường ấy nhiều ra, thì sẽ giao quyền kiểm-sát cho các viên đốc-học những trường Kiêm-bị ở phủ hay huyện, do quyền quan Thanh-tra Giám-đốc các trường Sơ-học trong bản-tỉnh. Về việc ấy, bản-chức đã dự định rõ-ràng bẩm lên để quan Toàn-quyền duyệt-y. Dẫu thế nào, quan lớn phải tự mình hay giao cho thuộc-viên trông nom cho sự dạy dỗ trong các trường hương-học ở trong hạt được chu tất. Bản-chức chắc rằng trong việc kiểm-duyệt về đường cai-trị là phần riêng của quan lớn, quan lớn nên đem độ lượng rộng rãi mà chủ trương việc ấy. Bản-chức nói để quan lớn biết rằng: Ở các trường phải có ba quyển sổ, — trường nào cũng có — và các tờ khai từng kỳ một, của thầy giáo giao cho chánh-hương-hội, để trình quan sở-tại, rồi đệ lên quan lớn. Quan lớn xét sổ sách giấy má ấy thì rõ cái tình hình việc học trong hạt.

Đạo nghị-định quan Thống-sứ có định rằng phép cho mở trường về sau có thể bãi đi được. Điều ấy là chủ-ý cốt để về sau có thể đổi một trường hương-học nào ra trường Nhà-nước, nhưng điều ấy có lẽ còn lâu mới thi hành được. Song về sau có việc gì bất thường sẩy ra, thì quan lớn có thể bắt một trường nào tạm đình giảng ít lâu, hoặc bãi cả trường, hoặc bãi thầy đi. Khi sẩy ra những việc như thế, quan lớn phải bẩm cho bản-chức biết ngay.

*
* *

Bản-chức thiết nghĩ phải nói rõ các tình ý và cái thể-lệ quan-hệ đến việc cải-lương sự học mới nầy tại Bắc-kỳ, để quan lớn rõ. Cái kết-quả hay dở về việc cải lương ấy chắc quan lớn cũng rõ. Sự học sửa đổi lại như thế, chắc không tốn kém bằng sự học hiện bây giờ. Bản-chức mong rằng sửa đổi lại như thế, chắc làm cho được thỏa-mãn những điều thỉnh-cầu chính-đáng đã nhiều lần đệ lên Chính-phủ, và cũng không có điều gì trái với phong-tục ở chốn hương-thôn. Thầy học với dân làng có thể liên-lạc với nhau mà trẻ con cũng không đến nỗi phải sa cách quê-hương gia-tộc, thành người dở_ dang. Việc cải-lương này lại gây nên một cái mối ganh đua rất hay cho các làng: làng nào cũng cố kén lấy người có đủ tư-cách, và đức-vọng để làm thầy, rồi dần-dần chịu tốn kém thêm để cho sự học được tiến-hóa lên. Có như thế thì Chính-phủ Bảo-hộ mới có tiền và có sức mà chỉnh-đốn và theo tuần tự thiết-lập những trường kiêm-bị ở các phủ, huyện, cùng những trường Sơ-học cao đẳng hay các lớp Thành-chung mà bản-chức muốn lập dần-dần ở các tỉnh-ly. Như vậy có cái nền hương-học vững-vàng thích-hợp với sự cần dùng các nơi, rồi mới có thể mở-mang cái nền Sơ-đẳng-học và Cao-đẳng sơ-học cùng cái học phổ-thông mà dân bản-xứ vẫn ước ao xưa nay.

Bản chức muốn rằng quan lớn đem hai bản nghị định ngày 2 và 27 Décembre 1926 đã kể trên kia, mà tuyên bố ngay cho công chúng biết. Quan lớn nên hiểu-dụ cho các viên thuộc hạ cùng các hương-hội biết rõ cái thể-lệ và cái kết-quả sự cải-lương này và cái ý của Chính phủ muốn mở-mang sự học, để cho làng được quyền tự-chủ hơn trước. Quan lớn lại nói cho những người ấy biết rõ rằng: khi Chính-phủ Bảo-hộ đã mở sự-học công, học tư, rộng-rãi theo như ý dân Bắc-kỳ sở nguyện, thì từ nay trở đi những trường tự xưa nay không có phép mà hãy còn có ở trong một đôi làng, phải cấm không được giảng nữa. Vậy tùy ý quan lớn định-hạn cho những trường tư ấy phải theo cho đúng lệ không thì bắt phải bãi đi.

Khi quan lớn tiếp được tờ thông-tư này thì phúc lại cho bản-chức biết, và hạn đến mồng 1 tháng 2 năm 1927 quan lớn đệ trình cho bản-chức biết tình ý của dân đối với việc cải cách thế nào và cách thức quan lớn định thi-hành ra làm sao.

Ký tên: R. ROBIN